Mo fi ìwé yìí sọrí àwọn ọmọbìnrin mi,

fún ìgbàgbọ́ tí wọ́n ní nínú mi. Ẹ ṣeun ò!

Ìwé yìí jẹ́ àkójọpọ̀ ọ̀rọ̀ àti àwọn orin àlọ́ onítàn

Gbogbo ẹ̀tọ́ àti àṣẹ lórí ìwé yìí jẹ́ ti © Ọlámìdé Ọ̀ṣhọ́, 2023.

Ìkìlọ̀
Ẹnikẹ́ni kò gbọdọ̀ ṣe àdàkọ, àtúnkọ tàbí àtúntẹ̀ ohunkóhún nínú ìwé yìí bí kò ṣe fún ìlò ara ẹni nìkan láìgba àṣẹ lọ́wọ́ oǹkọ̀wé tàbí oǹtẹ̀wé yìí bí ó ti tọ́ ní abẹ́ òfin.

ISBN: 978-1-7387611-0-4

Layout Design by Monjila Akther

Ìwé yìí jẹ́ ti

_____

Àbúrò
Younger Brother/Sister

Arábìnrin
My sister

Bọọlù Aláfẹsẹgbá
Football/Soccer

Ajá
Dog

Adìyẹ
Chicken

KÓKÓ ỌRỌ

Ẹgbọn
Older Brother/Sister

Ọkéré – Squirrel

Bojú bojú
Hide and seek

Nífẹẹ / Fẹràn
Love(s), Like

Ìjàpá - Tortoise.

KEYWORDS

- Ògbà ìṣeré. — Park, Playground
- Ohun ọsìn - Pets.
- Asín — Mouse
- Sùwé — Hotpscotch
- Ológbò - Cat
- Mo-ní-ní Mo-ní-ní — Black shoe, Black shoe
- Obìnrin — Female/Girl
- Ṣeré – Play
- Tòlótòló — Turkey

Arábìnrin

Olámìdé Òshó ló kọ àwọn ọ̀rọ̀ inú ìwé yìí

ni wá

Nils Kwasi Britwum
ni ayàwòrán

Àbúrò mí ni Kìítán.

Àbúrò mí obìnrin ni Kìítán.

Ẹ̀gbọ́n mí ni Ọrẹ.

Ẹ̀gbọ́n mí obìnrin ni Ọrẹ.

Arábìnrin ni wá.

Arábìnrin mi ni Kìítán.

Arábìnrin mi ní Ọrẹ.

Mo nífẹ́ẹ́ àbúrò mi.

Mo nífẹ́ẹ́ àbúrò mi obìnrin.

Mo nífẹ́ẹ́ ẹ̀gbọ́n mi.

Mo nífẹ́ẹ́ ẹ̀gbọ́n mi obìnrin.

Mo nífẹ́ẹ́ arábìnrin mi.

Mo nífẹ́ẹ́ arábìnrin mi púpọ̀.

Èmi àti àbúrò mi máa ń ṣeré papọ̀.

Èmi àti àbúrò mi obìnrin máa ń ṣeré papọ̀.

Èmi àti ẹ̀gbọ́n mi máa ń ṣeré papọ̀.

Èmi àti ẹ̀gbọ́n mi obìnrin máa ń ṣeré papọ̀.

Èmi àti arábìnrin mi máa ń ṣeré papọ̀.
Èmi àti arábìnrin mi máa ń ṣeré papọ̀ ní gbogbo ìgbà.

A máa ń jìjọ ṣeré nínú ilée wa àti ní ogbà ìṣeré.
A máa ń ṣeré

Bojú Bojú, Sùwé, àti Mo-ní-ní Mo-ní-ní, a sì tún máa ń gbá Bọ́ọ̀lù Aláfẹsẹ̀gbá.

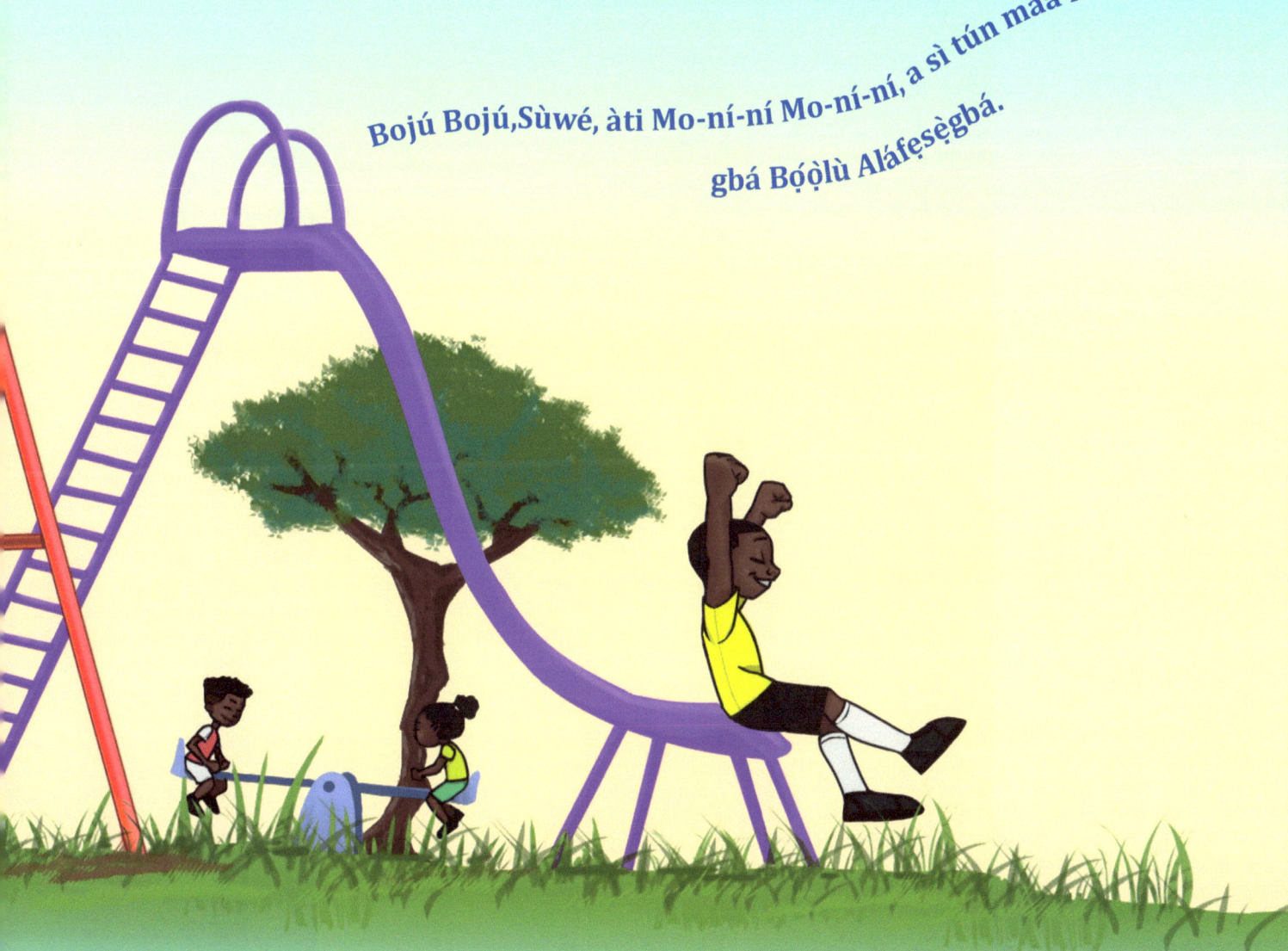

Èmi àti àbúrò mi fẹ́ràn erée Mo-ní-ní Mo-ní-ní.
Èmi àti àbúrò mi obìnrin fẹ́ràn erée Mo-ní-ní Mo-ní-ní.
Báyìí ni a ṣe máa ń jọ ṣerée Mo-ní-ní Mo-ní-ní.

          Mo-ní-ní Mo-ní-ní
          Mo-nì-nì Mo-nì-nì
          Mo bárúgbó kan lódò
          Mo ní kó bùn mí lómi mu
          Ó lóun ò bùn mí lómi mu
          Mo ní ó ṣapá pẹ́lẹ́ńgẹ́
          Mo ní ó ṣésẹ̀ pẹ́lẹ́ńgẹ́
          Bí ìkákò abiyamọ mìnìmìnì káyìí kò
          E e e e e e...

Èmi àti ẹgbọ́n mi fẹ́ràn erée Bojú Bojú gan-an ni.
Èmi àti ẹgbọ́n mi obìnrin fẹ́ran erée Bojú Bojú gan-an ni.
Báyìí ni a ṣe máa ń jọ ṣerée Bojú Bojú.

Bojú bojú
Eh!
Olórò ń bọ̀
Eh!
Ẹ para mọ́
Eh!
Ṣé kí n ṣi?
Ṣìṣì ṣîi ṣi!
Ṣé kí n ṣi?
Ṣí i!
Ẹni Tólórò bá mú, á pa á jẹ.

Èmi àti àbúrò mi máa ń ṣeré aṣọ wíwọ̀.

Èmi àti àbúrò mi obìnrin máa ń ṣeré aṣọ wíwọ̀.

A fẹ́ràn láti máa wọ aṣọ àti bàtà màmá wa.

A sì fẹ́ràn láti máa múra bí ọmọ-binrin ọba.

Èmi àti ẹ̀gbọ́n mi máa ń ṣeré oúnjẹ sísè.

Èmi àti ẹ̀gbọ́n mi obìnrin fẹ́ràn eré oúnjẹ sísè.

A máa ń ṣe Àkàrà Òyìnbó, Àádùn, Bọ̀ọ̀lì àti Dùńdú.

Èmi àti arábìnrin mi máa ń ṣe oríṣiríṣi oúnjẹ ilẹ̀ Yorùbá ti Nàìjíríà.

A máa ń se Àṣáró, Èfọ́ rírò ati Iyán, Àmàlà àti Ewédú.
A sì máa ń se Ọbẹ̀-ata pẹ̀lú Adìyẹ àti ti Tòlótòló.

Èmi àti àbúrò mi nífẹ́ẹ́ Ajá àtiOlógbò.

Èmi àti àbúrò mi obìnrin nífẹ́ẹ́ Ajá àti Ológbò.

A ní Ajá méjì àti Ológbò kan.

Èmi àti ẹ̀gbọ́n mi máa ń bá àwon Ajá àti Ológbò wa ṣeré.

Èmi àti ẹ̀gbọ́n mi obìnrin máa ń bá àwon Ajá àti Ológbò wa ṣeré.

A fẹ́ràn Ajá àti Ológbò wa.

**Èmi àti arábìnrin mi máa ń fún àwon ohun òsìn wa ní oúnje.
Wón féràn oúnje ati ìpanu púpò.**

Èmi àti àbúrò mi obìnrin fẹ́ràn àlọ́ tí bàbá wa máa ń pa.

Èmi àti ẹ̀gbọ́n mi obìnrin fẹ́ràn àlọ́ tí bàbá wa máa ń pa.

Èmi àti arábìnrin mi fẹ́ràn àwọn àlọ́ tí bàbá wa máa ń pa fún wa.

Pàápàá, àlọ́ Asín, Ọ̀kẹ́rẹ́ àti Ìjàpá, tó ní orin nínú.

Asín bù mí nímú jẹ
Jó mi jó
Asín bù mí nímú jẹ
Jó mi jó
Ìjà rèé mo wá là o
Jó mi jó
Ìjà rèé mo wá là o
Jó mi jó
Ẹ gbà mí lọwọ́ rẹ
Jó mi jó.

Mo nífẹ́ẹ́ àbúrò mi obìnrin.

Mo nífẹ́ẹ́ ẹ̀gbọ́n mi obìnrin.

Mo nífẹ́ẹ́ arábìnrin mi.

A nífẹ́ẹ́ ara wa.

Arábìnrin ni wá!

Àpèjúwe Ìwé

Arábìnrin ni wá ṣe àmúlo àkópọ̀ díẹ̀ lára àwọn ọ̀rọ̀ ojoojúmọ́ nínú Èdè Yorùbá, àfibọ̀ ewì àti orin ìtàn àtijọ́, láti pèsè ìbẹ̀rẹ̀ tó ládùn fún sísọ àti kíka ní èdè Yorùbá. Ó jẹ́ àkọ́kọ́ nínú ọ̀wọ́ mẹ́ta tí ó sọ̀rọ̀ nípa àwọn tẹ̀gbọ́n tàbúrò, èyí tí yóò máa fi àwọn ọ̀rọ̀ pàtàkì kan hàn díẹ̀díẹ̀ nínú àwọn ọ̀rọ̀ èdè Yorùbá, tí yóò sì jẹ́ kí àwọn ọmọ ní ìgboyà sí i ní bí wọ́n ṣe ń mọ àwọn ọ̀rọ̀ wọ̀nyí àti ìtumọ̀ wọn.

Èdè Yorùbá ni a fi kọ púpọ̀ àwọn ọ̀rọ̀ inú ìwé yìí, pẹ̀lú ṣíṣe ìtọ́kasí àwọn ọ̀rọ̀ pàtàkì ní èdè gẹ̀ẹ́sì àti èdè Yorùbá, tí yóò jẹ́ kí ó rọrùn láti kà àti láti jẹ́ irinṣẹ́ fún kíkọ́ èdèe Yorùbá. Ọlámìdé Ọ̀shọ́ ni òǹkọ̀wé ìwé Arábìnrin ni wá. Ìwé aláwòrán àkọ́kọ́ nínú orísi àwọn ìwé tẹ̀gbọ́n tàbúrò. Ọlámìdé di òǹkọ̀wé nínú ìrìn àjò rẹ̀ láti kọ́ àwọn ọmọbìnrin rẹ̀ bí wọ́n ṣe ń sọ àti bí wọ́n ṣe ń ka èdè Yorùbá.

Wíwo ìrírí wọn lójojúmọ́ pèsè ààyè tí ó yẹ fún ìwé tí ó lè yé wọn, láti mọ àwọn ọ̀rọ̀ Yorùbá àtijọ́, kí wọn ó sì tún lè yára mọ àwọn titun.

Ẹ lè kàn sí Ọlámìdé Ọ̀shọ́ lórí **www.ocubebooks.com** àti lórí Instagram **#ocubesbooks.**

About the Book

Arábìnrin ni wá uses a combination of some of the everyday words in the Yoruba Language, a medley of Yoruba rhymes, and folktale songs to provide an enjoyable entry point for learning to speak and read in Yoruba.
It is the first of a three-part series on Siblings which will gradually introduce and repeat some keywords in the Yoruba vocabulary and build confidence in children as they recognize these words and their meanings.

The book is largely written in the Yoruba Language with references to Keywords in both English and Yoruba making it an easy read and a great teaching tool.

Olamide Osho is the author of Arábìnrin ni wá. The first of a picture book in the Siblings Series. Olamide became an author on her journey to teach her daughters how to speak and read the Yoruba Language. Observing their everyday experiences provided the right platform for a book they could relate to, digest old Yoruba vocabulary, and quickly grasp new ones.

You can connect with Olamide Osho at **www.ocubebooks.com** and on Instagram **#ocubesbooks.**

Nípa Òǹkọ̀wé

Iṣẹ́ pàtàkì kan ló má a ń fa ọgbọ́n àtinúdá. Mo di olùkọ ìwé yìí nípasẹ̀ ìrìn-àjò láti kọ́ àwọn ọmọbìnrin mi bí a ṣe n sọ àti bí a ṣe ń ka èdè Yorùbá.

Nípa Olùyàwòrán.

Ọ̀gbẹ́ni Nils Britwum jẹ́ ayàwòrán láti ìlú Ghana àti olùdarí iṣẹ́ ohun àtinúdá, pẹ̀lú ìrírí tó lé ní ọdún méje lẹ́nu iṣẹ́. Wọ́n kúnjú òṣùwọ̀n nínú yíya àwòrán àti ṣíṣe àgbékalẹ̀ àwọn ẹdá ìtàn, àwòrán abẹ́lẹ̀ fún àwọn ìwé onítàn, eré ìbòjú, àwọn ẹ̀dá apanilẹ́ẹ̀rín, àwòrán ìdámọ̀ àti bẹ́ẹ̀ bẹ́ẹ̀ lọ.

Wọ́n ti ṣiṣẹ́ káàkiri àwọn orílẹ̀-èdè àgbáyé. Ọ̀gbẹ́ni Nils nífẹ́ẹ́ sí ṣíṣe ìwúrí fún àwọn ènìyàn láti débi gíga nípasẹ̀ iṣẹ́ ọnà, àti gbígba àwọn oníṣẹ́ àtinúdá kékèèké níyànjú láti túbọ̀ máa ṣàfihàn iṣẹ́ ọnà wọn fún aráyé.

www.ingramcontent.com/pod-product-compliance
Lightning Source LLC
Chambersburg PA
CBHW041705160426
43209CB00017B/1755